My First Action Words Picture Dictionary

ENGLISH - TAMIL

Designed and edited by : Anna Stoker

Translated by : V. Mangayarkarasi

WIGWAM

ENGLISH - TAMIL

My First
Action Words
Picture Dictionary

© Publishers

ISBN : 978 93 83526 98 7

Published by
WigWam
An imprint of **Star Publishers Distributors**
F-31, Okhla Industrial Area Phase I
New Delhi - 110 020
email : starprint@starpublic.com

First Edition : 2022

No Part of this book may be reproduced or utilised in any form or by any means, electronic or mechanical, including photocopying, recording or by any other system, without written consent of the publishers.

Printed at : Star Print-O-Bind, New Delhi-110 020 (India)

This dictionary has been published in the following languages:
Arabic, Bengali, Bulgarian, Cantonese, Croatian, Czech, Farsi, French, Gujarati, Hindi Hungarian, Italian, Korean, Latvian, Levantine, Lithuanian, Mandarin, Pashto, Polish, Portuguese Punjabi, Romanian, Russian, Slovak, Spanish, Tamil, Urdu and Vietnamese.

Aa

abandon

கைவிடு   kaividu

absent

வராதிருத்தல்
varatirutthal

absorb

உறிஞ்சு   urinchu

accelerate

விரைவுப்படுத்து
viraivuppatuthu

accept

ஏற்றுக்கொள்
yetrukkol

access

நுழைவு   nulaivu

accompany

உடன்செல்
udan sel

accuse

குற்றம்சாட்டு
kutramchattu

3

ache

வலி vali

achieve

வெற்றிக்கொள்
vetrikol

acquire

தேடிப்பெறு
thedipperu

act

நடி nadi

add

சேர் ser

adjust

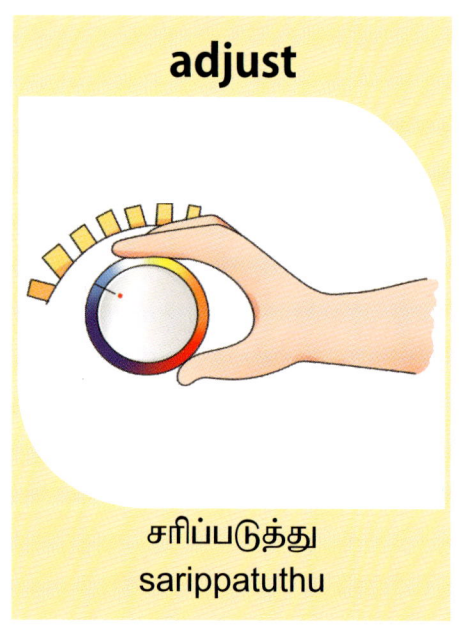

சரிப்படுத்து
sarippatuthu

admire

ரசி raci

admit

நுழையவிடு
nulaiyavidu

adopt

தத்துஎடு thathuyedu

adore

மிகுந்த அன்புகொள்
muguntha anbukol

advance

முன்னேறு   munneru

advise

புத்திசொல்   puthisol

affix

இணை   inai

afford

வாங்கு   vangu

agree

ஒப்புக்கொள்
oppukkol

aid
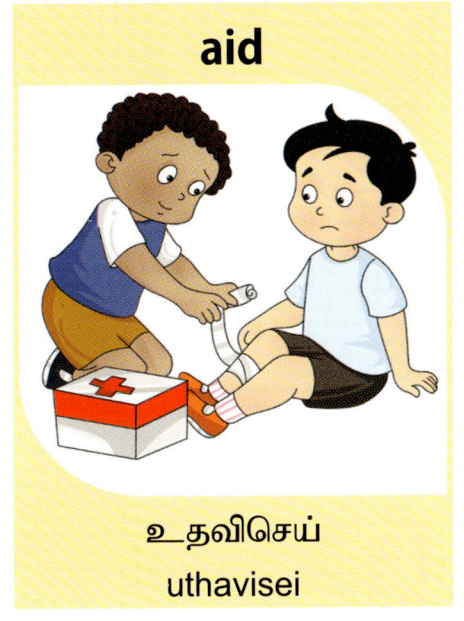
உதவிசெய்
uthavisei

aim

குறிபார்   kuripaar

align

சீரமை   seeramai

allow

அனுமதி anumathi

alter

திருத்தியமை
thiruthiyamai

amaze

திகைக்க வை
thigaikka vai

amuse

வேடிக்கை காட்டு
vedikkai kaattu

analyse
US English **analyze**

கூர்ந்து ஆய்
kurnthu aay

anger

கோபம் கொள்
kopam kol

announce

அறிவிப்பு செய்
arivippu sey

annoy

தொந்தரவு செய்
thontharavu sey

answer

விடையளி vidaiyali

apologise
US English **apologize**

மன்னிப்புக் கேள்
mannippu kel

appear

தோன்று thontru

applaud

கைத்தட்டு kaithattu

apply

இடு idu

appoint

நியமி niyami

approach

அணுகு anugu

approve

அனுமதி anumathi

argue

வாதாடு vaathadu

arise

எழுந்திரு yelunthiru

arrange	arrest	arrive

அடுக்கு — adukku	கைது செய் — kaithu sei	வந்து சேர் — vanthu ser

ask	assemble	assist

கேள் — kel	கூடு — koodu	உதவி செய் — uthavi sei

attach	attack	attain

ஒட்டு — ottu	தாக்கு — thakku	பெறு — peru

attempt  முயற்சி செய் muyarchi sei	**attend**  கவனி kavani	**attract**  கவர்ந்து இழு kavarnthu elu
avoid  தவிர் thavir	**await**  காத்திரு kaathiru	**awake**  விழித்தெழு vilithelu
# Bb 	**bake**  ரொட்டிசுடு rotisudu	**balance**  சமநிலை samanilai

9

ban

தடைசெய் thadaisei

bandage
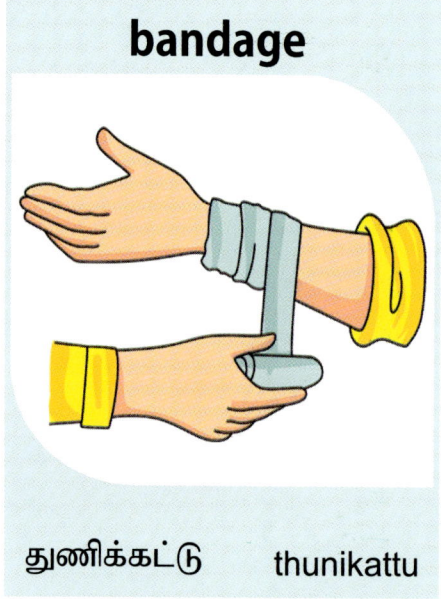
துணிக்கட்டு thunikattu

barbecue

திறந்தவெளி விருந்து
thiranthaveli virunthu

bargain

பேரம்பேசு perampesu

bark

குரை kurai

bathe

குளி kuli

battle

சண்டையிடு sandaiyidu

bear

தாங்கிச்செல் thangisel

beat

அடி adi

10

become

உருவாகு　　uruvagu

beg

வேண்டு　　vendu

begin

தொடங்கு　　thodangu

behave

ஒழுங்காயிரு　olunkaiyiru

believe

நம்பு　　nampu

belong

உரிமைகொள்
urimaikol

bend

வளை　　valai

bet

பந்தயம்கட்டு
panthayamkattu

beware

எச்சரிக்கையாயிரு
yecharikkaiyaiyiru

bicycle

மிதிவண்டி ஓட்டு
methivandi ottu

bite

கடி   kadi

blame

பழிகூறு   palikooru

bleed
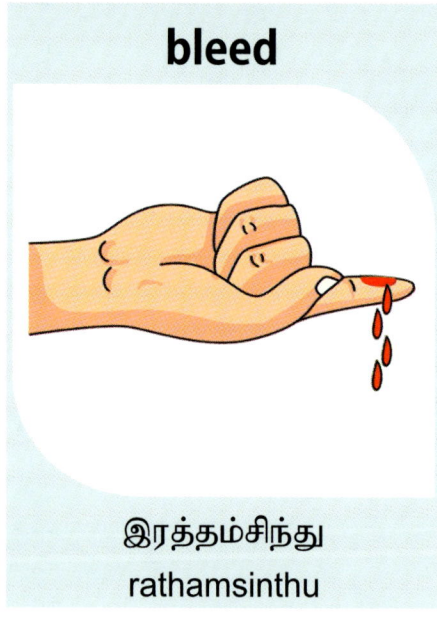
இரத்தம்சிந்து
rathamsinthu

blend

கல   kala

bless

ஆசிர்வதி   aachirvathi

blink

கண்ணை மூடித்திற
kannai moodithira

block

தடு   thadu

bloom

மலரச்செய்   malarsei

blow

ஊது   uthu

blow up

உப்பச்செய்   uppasei

blush

வெட்கப்படு   vetkappadu

board

பேருந்திலேறு   perunthileru

boast

செருக்குடன் பேசு   serukudan pesu

boil

காய்ச்சு   kaychu

book

பதிவு செய்   pathivu sei

borrow

கடன்வாங்கு   kadanvangu

bother

தொல்லைகொடு   thollaikodu

bounce  துள்ளு thullu	**bow**  தலைவணங்கு thalaivanangu	**bowl** *US English* **pitch**  பந்துவீசு panthuveesu
box  குத்துச்சண்டை போடு kuthusandai podu	**break**  உடை udai	**break down**  பழுதடை paluthadai
break in  உள்ளேநுழை ullenulai	**break out**  வெளியேறு veliyeru	**breathe**  மூச்சுவிடு muchuvidu

bring

கொண்டு வா
kondu va

bring back

திருப்பிக்கொடு
thiruppikodu

bring up

கூட்டிவா
koottiva

browse

உலாவு
ulaavu

brush

பல்துலக்கு
palthulakku

buckle

மாட்டு
mattu

budge

நகர்த்து
nagarthu

build

கட்டு
kattu

bully

கொடுமைப்படுத்து
kodumaippaduthu

bump

மோது mothu

burn

எரி yeri

burst

வெடி vedi

bury

புதை puthai

button

பொத்தான் மாட்டு
pothan podu

buy

வாங்கு vangu

Cc

cage

கூண்டிலடை
koondiladaic

calculate

கணக்கிடு kanakidu

call

தொலைபேசியில் அழை
tholaipesiyil alai

camp

முகாமிடு   mukamidu

can

இறுக மூடு   iruga moodu

care

கவனி   kavani

carry

எடுத்துச்செல்
yeduthu sel

carve

சித்திரம் செதுக்கு
chithiram chethukku

catch

பிடி   pidi

catch up

துரத்திப்பிடி   thurathippidi

celebrate

கொண்டாடு   kondadu

change

மாற்று — matru

charge

மின்விசை சேர் — minvisai ser

chase

துரத்து — thurathu

chat

அரட்டையடி — aradaiyadi

cheat

ஏமாற்று — yematru

check

சரிபார் — saripar

check in

அறையேற்பு செய் — araiyerpu sei

check up

சோதனை செய் — sothanai sei

cheer

உற்சாகப்படுத்து — ursakappaduthu

chew  மெல் — mel	**chip**  செதுக்கு — sethukku	**chirp**  கீச்சிடு — keechidu
choose  தேர்ந்தெடு — thernthedu	**chop**  வெட்டு — vettu	**chuckle**  மனதுக்குள் சிரி — manathukkul siri
circle  சுற்றிவளை — suttrivalai	**claim**  உரிமைகோரு — urimaikoru	**clap**  கைத்தட்டு — kaithattu

clean

சுத்தம்செய் suthamsei

clear

துப்புரவாக்கு thuppuravakku

click
US English **snap**

விரல்சொடுக்கு viralsodukku

climb

ஏறு yeru

cling

பற்றிக்கொள் pattrikkol

clip

பிடி pidi

close

மூடு moodu

cluck

கொக்கரி kokkari

coach

பயிற்சியெடு payarchiyedu

coil

சுருள் surul

collapse

உடைதல் udithal

collect

ஒருங்கு கூட்டு
orungu koottu

collide

இடி idi

colour
US English **color**

வண்ணம் தீட்டு
vannam theettu

comb

தலைவார்
thalaivar

come

வா va

come in

உள்ளே வா ulle va

come out

வெளியே வா veliye va

21

commence

தொடங்கு   thodangu

commute

வழக்கமான பயணம்செய்
valakkamana payanamsei

compete

போட்டியிடு   pottiyidu

complain

முறையிடு   muraiyidu

conduct

வழிநடத்து   valnadathu

connect
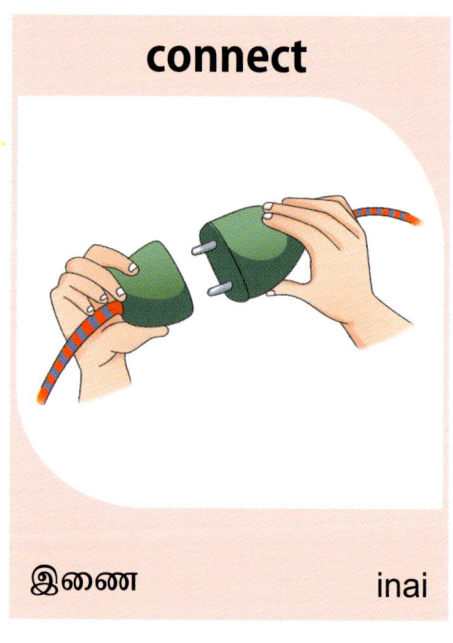
இணை   inai

consult

கலந்து யோசி
kalanthu yosi

cook

சமையல் செய்
samaiyal sei

cool

குளிர்ச்சியாக்கு
kulirchiyaaku

copy  நகலாக்கு nagalakku	**cough**  இருமு irumu	**count**  எண்ணு yennu
cover  மூடு moodu	**crack**  கீறல் விழுதல் keeral viluthal	**crash**  விரிசல் உண்டாக்கு virichal undakku
crawl 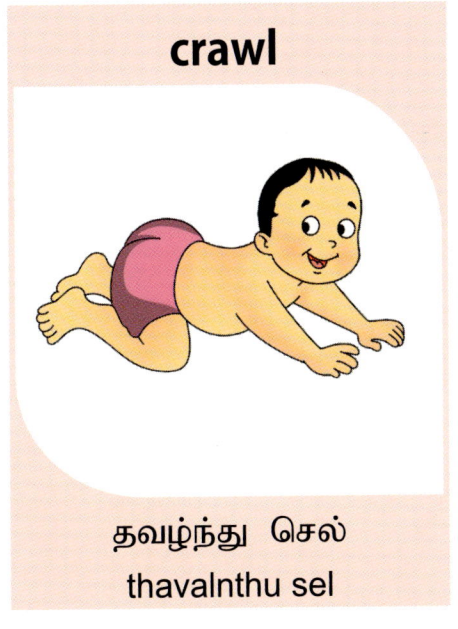 தவழ்ந்து செல் thavalnthu sel	**create**  உருவாக்கு uruvakku	**creep**  நழுவிச்செல் naluvichel

croak

கரகரவொலி எழுப்பு
karakaravoli yeluppu

cross

கடந்து செல்
kadanthu sel

cross out
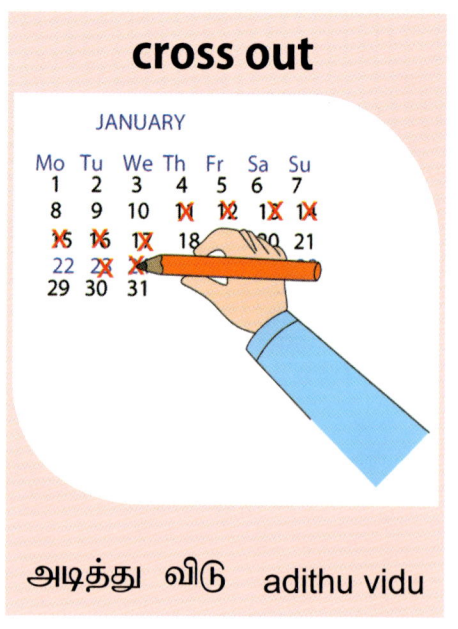
அடித்து விடு adithu vidu

crouch

பதுங்கு   pathungu

crow

கூவு   koovu

crowd

கும்பலாகக் கூடு
kupalaga koodu

crumble
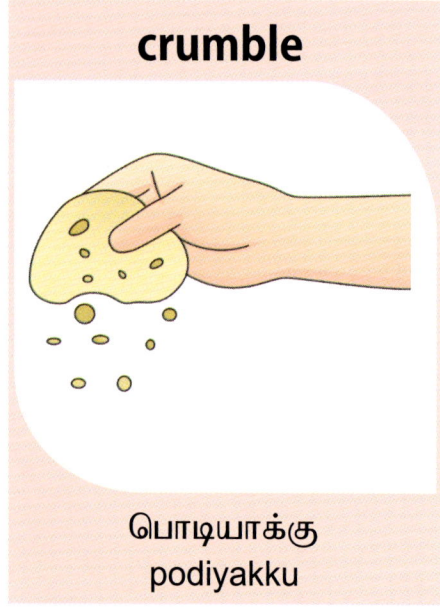
பொடியாக்கு
podiyakku

cry

அழு   alu

cuddle

கட்டித் தழுவு
katti thaluvu

curl

சுருட்டு   suruttu

cut

வெட்டு   vettu

cut down

கீழே வெட்டு
keele vettu

Dd

damage

சேதமடைதல்
sethamadaithal

dance

நடனமாடு   nadanamadu

dangle

ஊசலாடு   usaladu

darn

தையலிட்டு சீராக்கு
thaiyalittu seerakku

dash

பாய்ந்து செல்
paynthu sel

decide

முடிவு செய்
mudivu sei

decorate

அழகு செய்   alagu sei

defend

பாதுகாத்துக் கொள்
pathukathu kol

deliver

கொண்டு வந்து சேர்
kondu vanthu cher

design

வடிவமை   vadivamai

destroy

நிலைகுலையச் செய்
nilaikulaiya sei

dial

தொலைபேசி எண்ணைச் சுழற்று
tholaipesi yennai sulatru

dice

வெட்டு   vettu

dig

தோண்டு   thondu

dip

அமிழ்த்து   amilthu

disappear

மறையச்செய்   maraiyasei

disappoint

ஏமாறுதல்   emaruthal

discard

ஒதுக்கு   othukku

discover

கண்டுபிடி   kandupidi

dive

நீரில் மூழ்கு   neeril moolgu

divide

பங்கிடு   pangidu

do

செய்   sei

drag

பிடித்திழு   pidithilu

draw  வரை varai	**dream**  கனவுகாண் kanavu kan	**dress**  உடையுடுத்து udaiuduthu
drift  மிதந்து செல் mithanthu sel	**drill**  துளையிடு thulayidu	**drink**  குடி kudi
drive  ஓட்டு ottu	**drop**  நழுவ விடு naluva vidu	**dry**  உலர வை ulara vai

Ee

earn

சம்பாதி — sambathi

eat

சாப்பிடு — sappidu

elect

தேர்ந்தெடு — thernthedu

embrace

ஆர்வமுடன் அணை — arvamudan anai

empty

காலியாக்கு — kaliyakku

enclose

வேலியிடு — veliyidu

encourage

ஊக்கமூட்டு — ukkamoottu

enjoy

அனுபவி — anubavi

enter

நுழை   nulai

entertain

மகிழ்வி   magilvi

erase

அழி   ali

escape

தப்பித்தோடு   thappithodu

examine

தேர்வு செய்   thervu sei

excite

உற்சாகம் கொள்   ursagam kol

exercise

உடற்பயிற்சி செய்   udarpayirchi sei

explain

விளக்கு   vilakku

explore

ஆய்வு செய்   ayvu sei

Ff

fail

தோல்வியடைதல்
tholviyadaithal

faint

மயக்கமடைதல்
mayakkamadaithal

fall
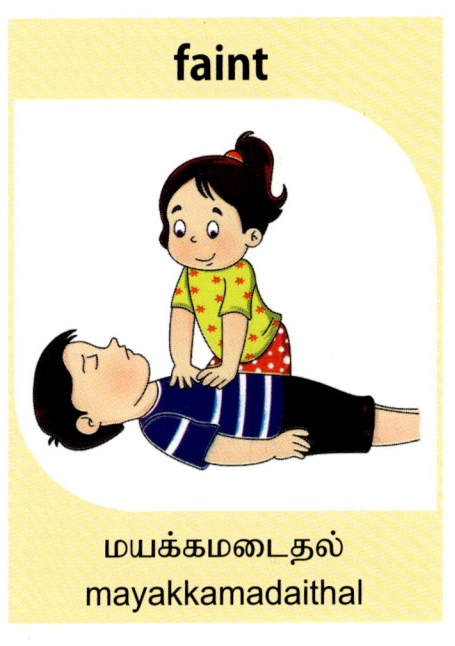
விழுதல்   viluthal

fall asleep

தூங்கு   thoongu

feed

ஊட்டு   uttu

feel

தொட்டுணர்   thottunar

fetch

எடுத்து வா   yeduthu va

fight

சண்டை போடு
sandai podu

31

fill	**find**	**fish**

நிரப்பு nirppu	தேடு thedu	மீன் பிடி meen pidi
fit	**fix**	**flap**

பொருத்து poruthu	பொருத்து poruthu	சிறகடித்துப் பற sirakadithu para
flash	**flee**	**fling**

மின்வெட்டல் minvettal	தப்பியோடு thappiyodu	தூக்கியெறி thukkiyeri

flip

சுழற்று   sulatru

float

மித   mitha

flood

தண்ணீர்பெருகல்
thanneer perugal

fly

பற   para

fold

மடி   madi

follow

பின்தொடர்   pinthodar

forbid

தடை செய்
thadai sei

forget

மறத்தல்   marathal

freeze

உறைதல்   uraithal

frighten	frown	fry

பயப்படல் payapadl	முகம்சுளித்தல் mugamsulithal	வறு varu

Gg

	gain	gallop

	எடைகூடல் yedaikoodu	விரைந்து செல் viranthu sel

gape	garden	gargle

முறை murai	தோட்டமிடு thottamidu	கொப்பளி koppali

gasp

மூச்சுத்திணறுதல்
moochuthinaruthal

gather

சேகரி sekari

gaze

கூர்ந்து கவனி
koornthu kavani

gesture

சைகை செய்
saikai sei

get

பெறு peru

get across

முழுவதும் தாண்டு
muluvathum thandu

get down

இறங்கு irangu

get dressed

உடையணிந்து கொள்
udaiyaninthu kol

get off

இறங்கு irangu

35

get on

சென்றடை sentradai

get over

மீறிச்செல் meerisel

get up

எழுந்திரு yelunthiru

giggle

பொய்யாகச்சிரி
poyyagachiri

give

கொடு kodu

go

செல் sel

gobble

விழுங்கி விடு
vilungi vidu

grab
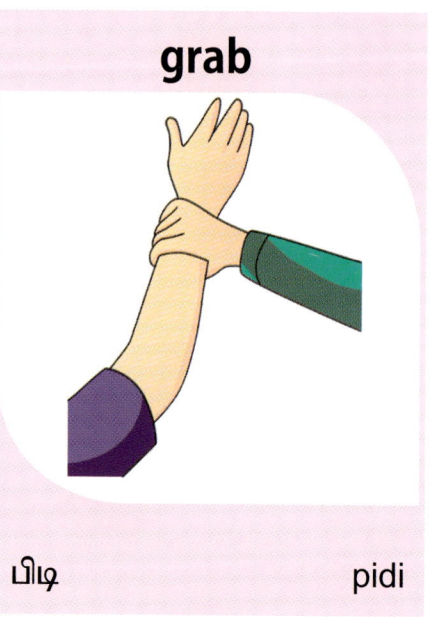
பிடி pidi

grate

உரசு urasu

grease

பசை தடவு pasi thadavu

greet

வரவேற்பளி
varaverpali

grill

வாட்டு vattu

grin

பல்லைக்காட்டிச்சிரி
pallaikattichiri

grind

மாவாக்கு mavakku

grip

பிடி pidi

grow

பயிராக்கு payirakku

growl

உறுமல் urumal

grunt

முணுமுணுத்தல்
munumunuthal

guard	guess	guide

காவல் செய் — kaval sei	ஊகி — ugi	வழிகாட்டு — valikattu

Hh

	halt	halve

	நிறுத்து — niruthu	பாதியாக்கு — pathiyakku

hammer	handcuff	hang

சுத்தியால் அடி — suthiyal adi	கைவிலங்கிடு — kaivilangidu	தொங்கு — thongu

harvest

அறுவடை செய்
aruvadi sei

hatch

குஞ்சு பொரித்தல்
kunju porithal

hate

வெறுத்தல்   verupputhal

heap

குவி   kuvi

hear

கேள்   kel

heat

சூடாக்கு   soodakku

help

உதவு   uthavu

hide

ஒளிந்து கொள்
linthu kol

hike

நெடுந்தூரம் நட
nedunthooram nada

hiss

சீறுதல் seeruthal

hit

அடி adi

hoist

மேலேற்று meletru

hold

பிடித்துக்கொள்
pidithukol

honk

உரத்த ஒலியெழுப்பு
uratha oliyeluppu

hop

தாவு thavu

host

தொகுத்தளி thoguthali

hover

சுற்றித்திரி sutrithiri

huddle

நெருக்கமாய் அடை
nerukkamai adai

hug

கட்டியணை kattiyanai

hum

ரீங்காரம் செய் reengaram sei

hurt

புண்படுத்து punpaduthu

Ii

imagine

கற்பனை செய் karpanai sei

injure

காயமடைதல் kayamadaithal

insert

செருகு serugu

inspect

மேற்பார்வை செய் merparvai sei

install

பொருத்து poruthu

instruct  அறிவுறுத்து ariuruthu	**interview**  பேட்டியெடு petiyedu	**introduce**  அறிமுகப்படுத்து arimugappaduthu
invent  கண்டுபிடி kandupidi	**iron**  அழுத்து aluthu	**itch** 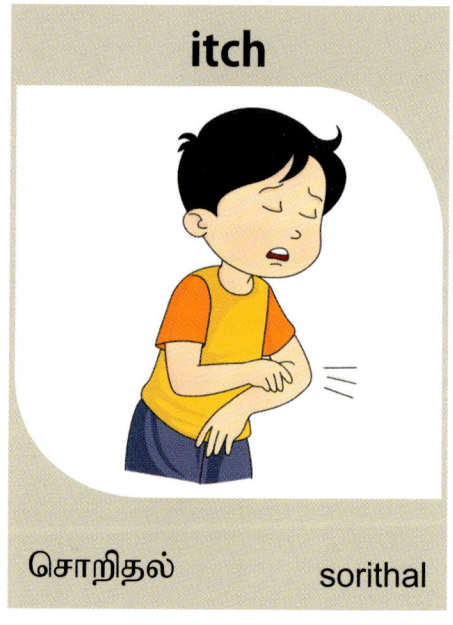 சொறிதல் sorithal
# Jj	**jam**  சிக்குதல் chikkuthal	**jingle**  மணியொலித்தல் maniyaiyolithal

jog

ஓடு   odu

join

ஒன்று சேர்   ontru ser

joke

கேலி செய்தல்   keli seithal

jolt

அதிர்ச்சியடைதல் atrhirchiyadaithal

jostle

முட்டித்தள்ளு   muttithallu

jot

குறிப்பெழுது   kurippeluthu

juggle

ஏமாற்றுவித்தை காட்டு yematruvithai kattu

jumble

குழப்பு   kulappu

jump

குதி   kuthi

Kk

keep

வை   vai

keep off

விலகியிரு   vilagiyiru

kick

உதை   uthai

kindle

தூண்டு   thoondu

kiss

முத்தமிடு   muthamidu

knead

பிசை   pisai

kneel

மண்டியிடு   mandiyidu

knit

பின்னு   pinnu

knock

கதவைத்தட்டு
kathavaithattu

knock down

கீழே விழச்செய்
keele vilasei

know

தெரிந்து கொள்
therinthu kol

Ll

land

தரையிறக்கு
tharaiyirangu

laugh

சிரி   siri

lay

முட்டையிடல் muttaiyidal

lead

வழிகாட்டு   valikattu

leak

கசிதல்   kasithal

lean  சாய்ந்து நில் sayinthu nil	**leap**  குதி kuthi	**learn**  கற்றுக்கொள் katru kol
leave  வெளியேறு veliyeru	**lend**  கடன் கொடு kadan kodu	**let go**  போய்விடு poyvidu
let in  உள்ளே விடு ulle vidu	**lie**  கிடத்தல் kidathal	**lift**  தூக்கு thookku

light  விளக்கேற்று vilaketru	**like**  விரும்பு virumbu	**listen**  கேள் kel
load  சுமையேற்று sumaiyetru	**lock**  தாழிடு thalidu	**look**  பார் par
loosen  தளர்தல் thalarthal	**lose**  இழத்தல் elathal	**love**  அன்பு செய் anbu sei

Mm

mail

அஞ்சல் அனுப்பு
anjal anuppu

make

உருவாக்கு
uruvakku

manufacture

உற்பத்தி செய்
urpathi sei

march

அணிவகுத்துச் செல்
anivaguthu sel

mark

குறியிடு
kuriyidu

marry

திருமணம் செய்
thirumanam sei

mash

நசுக்கு
nasukku

match

பொருத்தமாயிரு
poruhtamayiru

measure

அளவிடு — alavidu

meet

சந்தித்தல் — santhithal

melt

உருகல் — urugal

mend

சீர்படுத்து — seerpaduthu

mew

பூனை போல கத்து — poonai pola kathu

milk

பால் கற — pal kara

mime

கூத்தாடு — kootthadu

mince

துண்டு துண்டாக்கு — thudu thudakku

mix

கலந்து விடு — kalanthu vidu

model

முன்மாதிரியாக இரு
munmathiriyaga iru

mop

துடை thudai

mount

ஏறு yeru

move

நகர்த்து nagarthu

mow

கத்தரி kathari

munch

நிதானமாக மெல்
nithanamaga mel

Nn

nail

ஆணியடி aniyadi

name
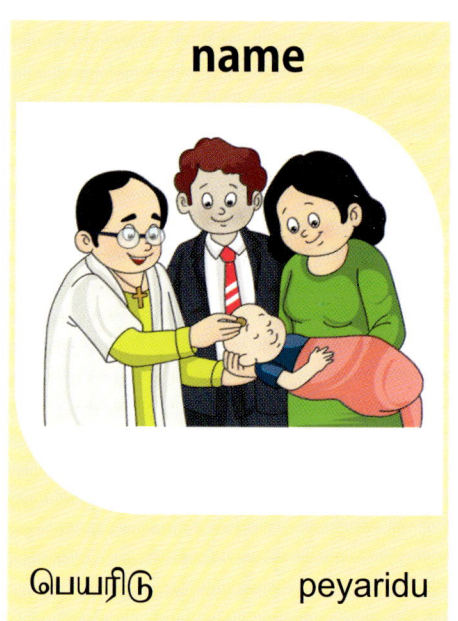
பெயரிடு peyaridu

nap
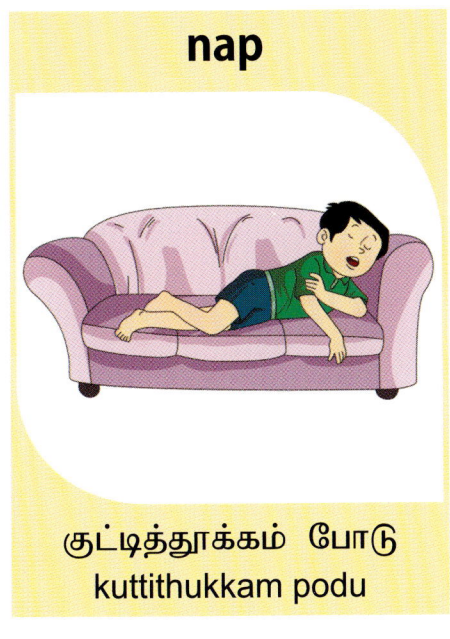
குட்டித்தூக்கம் போடு
kuttithukkam podu

neigh

கனைத்தல்   kanaithal

net

வலை போடு
valai podu

nibble

கொரித்துத் தின்
korithu thin

nip

கடித்தல்   kadithal

nod

தலையாட்டு   thalaiyattu

notice

தகவல் தெரிவி
thaval therivi

nudge

முழங்கையால் இடித்தல்
mulankaiyal idithal

nurse

பரிவோடு கவனி
parivodu kavani

Oo

obey
கீழ்படிந்து நட
keelpadinthu nada

occupy
இடம்பிடித்தல்
edampidithal

offer
விரும்பிக் கொடு
virumbi kodu

oil
எண்ணெய் ஊற்று
yennai utru

open
திற   thira

operate
இயக்கு   iyakku

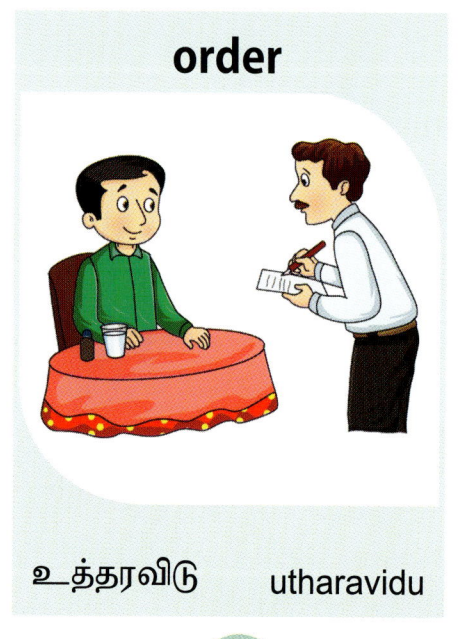
order
உத்தரவிடு   utharavidu

overtake
முந்திச்செல்   munthi sel

overturn

கவிழ்தல் — kavilthal

owe

கடன்படல் — kadanpadal

own

சொந்தமாக வைத்திரு
sonthamaga vaithiru

Pp

pack

கட்டிடு — kattidu

paddle

துடுப்பு போடு
thuduppu podu

paint

வண்ணம் தீட்டு
vannam theettu

park

வாகனத்தை நிறுத்து
vaganathai niruthu

part

விட்டு விலகு — vittu vilagu

pass  கடத்து kadathu	**paste**  ஒட்டு ottu	**pat**  தடவு thadavu
patch  ஒட்டுப்போடு ottu podu	**patrol**  சுற்றிக்காவல் புரி sutri kaval puri	**pave**  நடைபாதை போடு nadaipathai podu
paw  பிறாண்டு pirandu	**pay**  செலுத்து seluthu	**peck**  கொத்து kotthu

pedal

காலால் அமுக்கு
kalal amukku

peel

தோலை உரி tholai uri

peep

ஒட்டிப்பார் ottipar

peg

பற்றியிருக்கல்
patriyirukal

perch

உட்கார்தல்
utkarthal

perform

நடித்து முடித்தல்
nadithu mudithal

phone

தொலைபேசியில் பேசு
tholai pesiyil pesu

photograph

புகைப்படம் எடு
pugaippadam yedu

pick

தேர்ந்தெடு thernthedu

pick up

தரையிலிருந்து எடு
tharayilirunthu yedu

picnic

சுற்றுலா செல்
suttrula sel

pierce
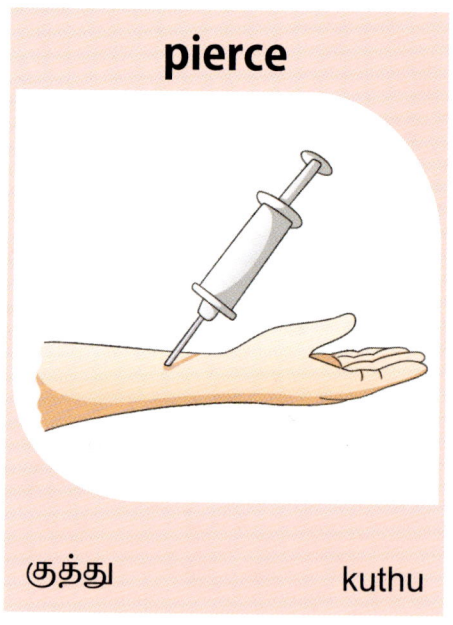
குத்து
kuthu

pile

குவி
kuvi

pin

குண்டூசியைக் குத்து
kundusiyai kuthu

pinch

கிள்ளு
killu

place

உரிய இடத்தில் வை
uriya idathil vai

plan

திட்டமிடு
thittamidu

plant

செடி நடு
sedi nadu

play	**plough**	**pluck**

விளையாடு vilayadu	உழு ulu	பிடுங்கு pidungu
plug	**point**	**poke**

மின்னடை பொருத்து minnadai poruthu	சுட்டிக்காட்டு suttikkattu	குத்து kuthu
polish	**pollute**	**pose**
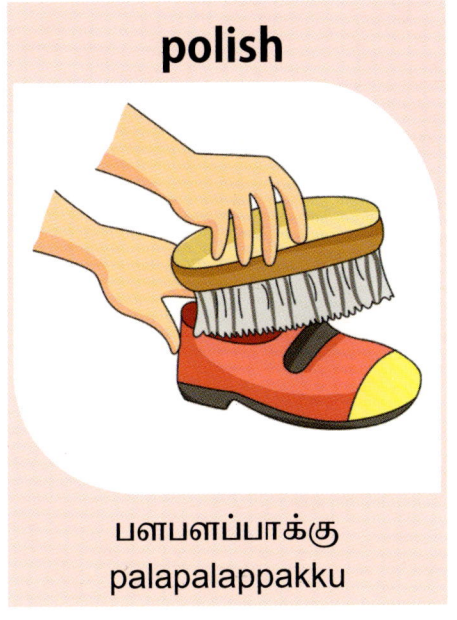		
பளபளப்பாக்கு palapalappakku	அசுத்தப்படுத்தல் asuthapaduthal	புகைப்படத்திற்காக நில் pugaipadathirku nil

pour  ஊற்று — utru	**powder**  சுண்ணப்பொடி பூசு — sunnapodi poosu	**praise**  பாராட்டு — parattu
pray  வழிபடு — valipadu	**press**  அழுத்து — aluthu	**print**  அச்சிடு — achidu
protect  பாதுகாத்துக் கொள் — pathukathu kol	**pull**  இழு — elu	**pump**  காற்றடி — katradi

punch

குத்து   kuthu

punish

தண்டனை கொடு
thandanai kodu

push

தள்ளு   thallu

Qq

quack

வாத்து போல் கத்து
vathu pol kathu

quarrel

சண்டையிடு   sandaiyidu

quarter

கால்பங்காக்கு
kalpangakku

quench

தாகம் தணி
thagam thani

question

கேள்வி கேள்   kelvi kel

59

queue

வரிசையில் நில்
varisaiyil nil

quit

விட்டுச்செல் vittusel

quiz

வினாடி-வினா நடத்தல்
vinadi vina nadathal

Rr

race

பந்தயத்தில் ஓடு
panthayathil odu

rain

மழைபொழிதல்
malai polithal

raise

உயர்த்து uyarthu

rake

சேகரி segari

ram

மோதுதல் mothuthal

60

reach

கை நீட்டியடை
kai neetiyadai

read

வாசி   vasi

receive

பெற்றுக்கொள்
petrukol

recline

சாய்ந்து கொள்
saaynthu kol

record

பதிவு செய்   pathivu sei

recycle

மறுசுழற்சி செய்
marusularchi sei

reflect

பிரதிபலித்தல்
pirathipalithal

refuse

மறுத்து விடு
maruthu vidu

release

விடுவி   viduvi

61

remember

நினைவுப்படுத்து ninaivupaduthu

repair

பழுதுபார் paluthupar

report

புகாரளி pugarali

request

வேண்டு vendu

rescue

காப்பாற்று kappatru

respect

மரியாதை செலுத்து mariyathai seluthu

rest

ஓய்வெடு oyvedo

return

திருப்பிக்கொடு thiruppikodu

ride

சவாரி செய் savari sei

62

ring
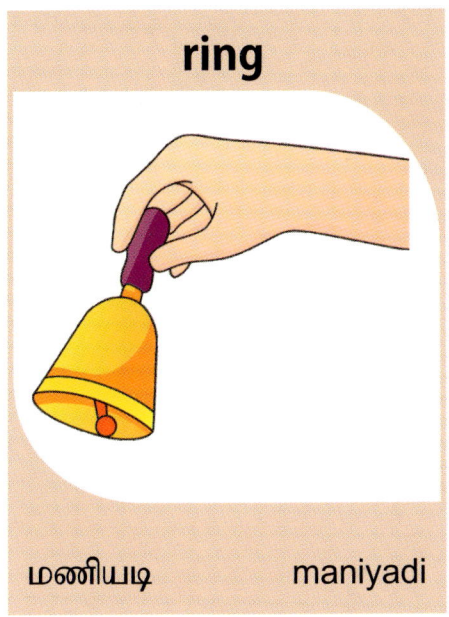
மணியடி   maniyadi

ring up

தொலைபேசி மணியொலித்தல்
tholaipesiyil maniyolithal

rinse
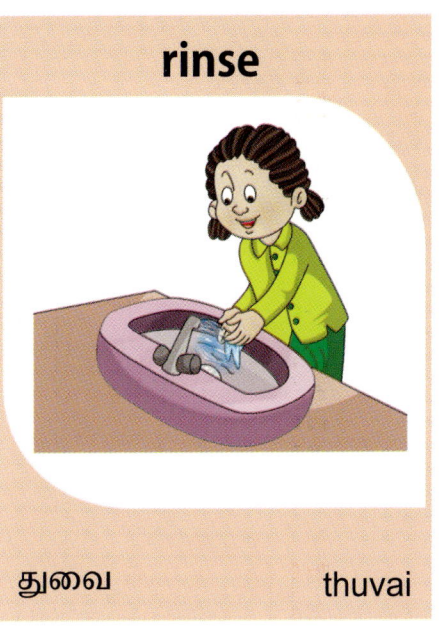
துவை   thuvai

rip

கிழித்தெறி   kilitheri

rise

உதயமாதல்
uthayamathal

risk

துணிந்து செய்
thuninthu sei

roar

கர்ஜித்தல்   karsithal

roast

வாட்டு   vattu

rock

தொட்டிலாட்டு
thotillattu

63

roll

சுருட்டு suruttu

row

துடுப்பு போடு
thuduppu podu

rub

தேய் thei

ruffle

முடியைக் கலை
mudiyaikalai

ruin

பாழ்படுத்து palpaduthu

run

ஓடு odu

run after

பின் தொடர்ந்து ஓடு
pin thodarnthu odu

run into

சுவரில் மோதல்
suvaril mothal

rush

பாய்ந்து செல்
paynthu sel

64

Ss

sag

தொய்வடைதல்
thoivadaithal

sail

படகோட்டு   padakottu

salute

வணங்கு   vanangu

save

சேமித்து வை
semithu vai

scare

பயமுறுத்து   payamuruthu

scold

திட்டு   thittu

scoop

முகர்ந்தெடு
mugarnthedu

score

ஆட்டக்கணிப்பெண்ணிடு
attakanippenidu

65

scratch	**scratch out**	**scream**

சொரி — sori	கிறுக்கு — kirukku	அலறு — alaru
screw	**scrub**	**seal**

திருகு — thirugu	தேய் — thei	முத்திரையிடு — muthiraiedu
see	**seek**	**select**

பார் — par	தேடு — thedu	தேர்ந்தெடு — thernthedu

sell

விற்பனை செய் virpanai sei

send

அனுப்பு anuppu

separate

பிரித்தெடு pirithedu

serve

பரிமாறு parimaru

set

பொருத்தி வை poruthi vai

sew

தையலிடு thaiyalidu

shade

நிழல் உருவாதல் nilal uruvathal

shake

குலுக்கு kulukku

shape

வடிவமை vadivamai

67

share

பகிர்ந்தளி pakirnthali

sharpen

கூர்மையாக்கு
koormaiyakku

shave

மழித்தெடு malithedu

shear

நறுக்கு narukku

shell

உரித்தெடு urithedu

shelter

ஒதுங்குதல் othunguthal

shift

இடமாற்று idamatru

shine

ஒளிவீசல் oliveesal

shiver

நடுங்கல் nadungal

68

shoot

தூக்கி எறி   thookki yeri

shop

கடைக்குச்செல்
kadaikku sel

shout

கத்து   katthu

shovel

வெட்டு   vettu

show

காட்டு   kattu

shower

தூவாலைக்குழாயில் குளி
thoovalikulayil kuli

shut

மூடு   moodu

sign

கையொப்பமிடு
kaiyopammidu

signal

சைகை காட்டு
saikaikattu

sing

பாடு padu

sink

மூழ்குதல் moolguthal

sip

கொஞ்சம் கொஞ்சமாகக் குடி
konjam konjamaga kudi

sit

உட்கார் utkar

skate board

சறுக்கு charukku

ski

பனிச்சறுக்காடு
panicharukadu

skid

சறுக்கு charukku

skip

குதி kuthi

slap

அறை arai

slash

துண்டாக்கு   thundakku

sledge

சறுக்கிச் செல்
charukki sel

sleep

தூங்கு   thoongu

slice

தட்டையான துண்டுகளாக்கு
thataiyana thundukalakku

slide

பனிச்சறுக்காடு
panicharukadu

slip

வழுக்கி விடல்
valukki vidal

slip under

கீழே நழுவவிடு
kile naluvavidu

smash

நொறுக்கு   norukku

smell

முகர்ந்து பார்
mukarnthu par

smile	**snatch**	**sneeze**

சிரி — siri	பறி — pari	தும்மு — thummu
sniff	**snore**	**snorkel**

மோப்பம் பிடித்தல் — mopam pidithal	குறட்டை விடு — kurattai vidu	நீருக்குள் மூச்சு விடு — neerukul moochuvidu
snow	**soak**	**soar**

பனிபொழிதல் — panipolithal	ஊற வை — ura vai	உயரத்தில் வட்டமிடல் — uyarthil vattamidal

sob  தேம்பியழு thembiyalu	**sort**  வகைப்படுத்து vagaipaduthu	**sow**  நடு nadu
sparkle  ஒளிர்தல் olirthal	**speak**  பேசு pesu	**spill**  கொட்டுதல் kottuthal
spit  உமிழ்தல் umilthal	**splash**  சிதறியடி sithariyadi	**spoil**  சீர்குலைதல் seerkulaithal

spray 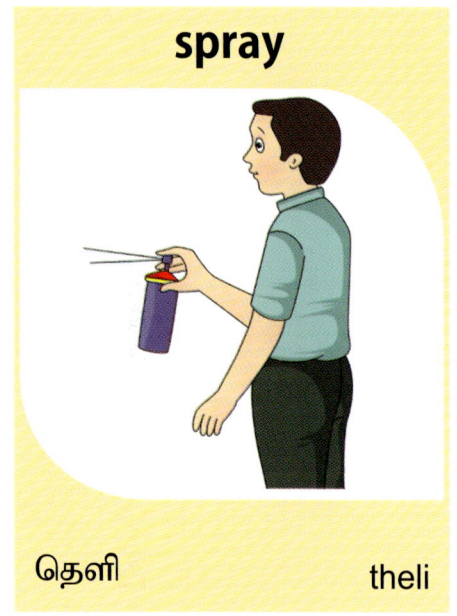 தெளி theli	**spread**  பரப்பு parappu	**spring**  துள்ளு thullu
sprinkle  தெளி theli	**spy**  உன்னிப்பாக பார் unnippaga par	**squash**  இடைவெளி விட்டுச்செல் idaveli vittu sel
squat  சப்பணம் போடு sappanam podu	**squeeze**  அழுத்து alutthu	**stack**  அடுக்கு adukku

stamp

முத்திரையிடு
muthiraiyidu

stand

நில் nil

stand back

பின்னால் நில்
pinnal nil

stand up

எழுந்திரு elunthiru

stare

முறைத்துப் பார்
muraithu par

start

தொடங்கு thodangu

stay

தங்கு thangu

stay away

விலகிச் செல்
vilakichel

steal

திருடு thirudu

steam

ஆவியாதல் — aviyathal

step

அடியெடுத்து வை — adiyeduthu vai

stick

ஒட்டு — ottu

sting

கொட்டு — kottu

stink

துர்நாற்றம் வீசுதல் — thurnatram veesuthal

stir

கலக்கு — kalakku

stitch

தையலிடு — thayalidu

stomp

மிதி — mithi

stoop

குனி — kuni

stop

நிறுத்து — niruthu

store

சேகரி — segari

stretch

இழு — elu

strike

விளாசு — vilasu

string

மாலையாக்கு — malaiyakku

stroke

தடவு — thadavu

study

படி — padi

subtract

கழித்தல் — kalithal

support

பக்கத்துணையாயிரு — pakkaththunayayiru

surf  அலைசறுக்காடு alaicharukkadu	**surprise**  வியப்பளி viyappali	**swallow**  மென்று விழுங்கு mentru vilungu
sweat  வியர்த்தல் viyarthal	**sweep**  துடை thudai	**swell**  வீங்கல் veengal
swim  நீந்து neenthu	**swing**  ஊஞ்சலாடு unjaladu	**swipe**  சொடுக்கியைத் தள்ளு sodukkiyai thallu

T t

take

எடு   edu

take off

புறப்படு   purappadu

talk

உரையாடு   uraiyadu

tame

பழக்கப்படுத்து
palakkappaduthu

tap

மெதுவாகத்தட்டு
methuvagathattu

taste

சுவைத்துப்பார்
suvaithupar

teach

கற்றுக்கொடு
kattrukodu

tear

கிழி   kili

79

tell

கூறு   kooru

test

சோதனை செய்
sothanai sei

thank

நன்றி கூறு   nandri kooru

think

சிந்தனை செய்
sinthanai sei

thread

நூலிடு   noolidu

throw

வீசியெறி   veesiyeri

throw away

தூக்கியெறி   tookiyeri

tick

குறியிடு   kuriyidu

tickle

கிச்சுகிச்சு மூட்டு
kichukichu mootu

tidy

துப்புரவாக்கு
thupuravakku

tie
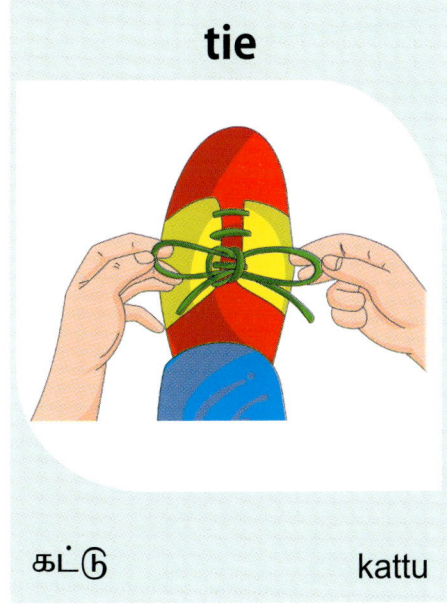
கட்டு   kattu

tighten

இறுக்கிக்கட்டு   irukkikattu

time

நேரத்தைக் கணக்கிடு
nerathai kanakidu

tip

சிறிய வெகுமதியளி
siriya vegumathiyali

tiptoe

கால்நுனியில் நட
kalnuniyil nada

toast

ரொட்டி சுடு   roti sudu

toss

சுண்டியெறி   sundiyeri

touch

தொடு   thodu

touch down

கீழேதொடு   keelethodu

tour

சுற்றுப்பயணம் செல்
sutruppayanam sel

tow

கட்டியிழு   kattiyilu

train

பயிற்சியளி   payarchiyali

trap

கண்ணி வை   kanni vai

travel

பயணம் செய்
payanam sei

tremble

நடுங்கு   nadungu

trick

தந்திரம் செய்
thanthiram sei

trim

ஒழுங்குபடுத்து
olungupaduthu

trot  பாய்ந்து செல் paynthu sel	**try**  முயற்சி செய் muyarchi sei	**tug**  பற்றியிழு patriyilu
turn  திருப்பு thiruppu	**turn off**  சொடுக்கியை முடக்கு sodukkiyai mudakku	**turn on**  சொடுக்கியை இயக்கு sodikiyai iyakku
twinkle  மின்னுதல் minnuthal	**twist**  முறுக்கு murukku	**type**  தட்டச்சு செய் thatachu sei

83

Uu

understand

புரிந்து கொள்
purinthu kol

unload

பொருளை இறக்கு
porulai irakku

unlock

பூட்டைத்திற poodaithira

unpack

பிரி piri

untie

அவிழ் avil

unwrap

பிரி piri

upset

வருந்தல் varunthal

use

பயன்படுத்து
payanpaduthu

Vv

vacate
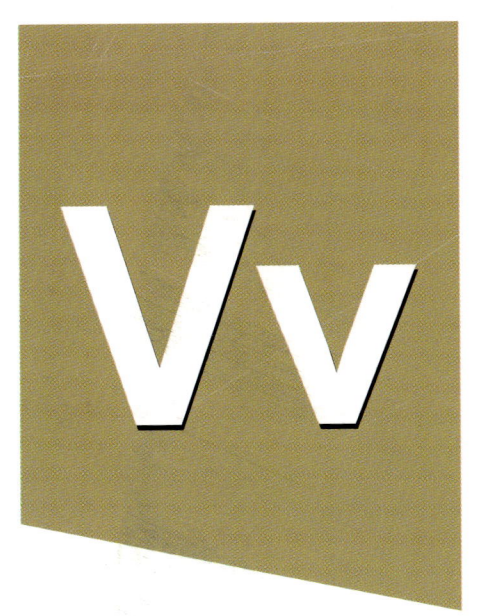
காலிசெய்   kalisei

vacuum

வெற்றிடமாக்கு
vetridamakku

value

மதிப்பிடு   mathipidu

vanish

மறையச்செய்   maraiyasai

vibrate

அதிர்தல்   athirthal

view

பார்   par

visit

பார்வையிடு   parvaiyidu

voice

குரல்கொடு   kuralkodu

volunteer

தானாக முன்வந்து செய்
thanaga munvanthu sei

vote

வாக்களி vakkali

vow

உறுதிமொழி எடு
uruthumoli edu

Ww

waddle

அசைந்து நட
asainthunada

wade

நீரில் நடந்து செல்
neeril nadanthu sel

wag

வாலாட்டு valattu

wait

காத்திரு kathiru

wake

விழித்தெழு vilithelu

86

wake up  எழுந்திரு elunthiru	**walk**  நட ada	**walk away**  நகர்ந்து செல் nagarnthu sel
wander  சுற்றித்திரி sutrithiri	**want**  விரும்பு virumbu	**warm**  சூடாக்கு soodakku
warn  எச்சரி yetchari	**wash**  கழுவு kaluvu	**waste**  தேவையற்றதைக் கழி thevaiyatrathai kali

watch  பார் par	**water**  நீரூற்று neerutru	**wave**  கையசை kaisai
wear  அணி ani	**wear out** 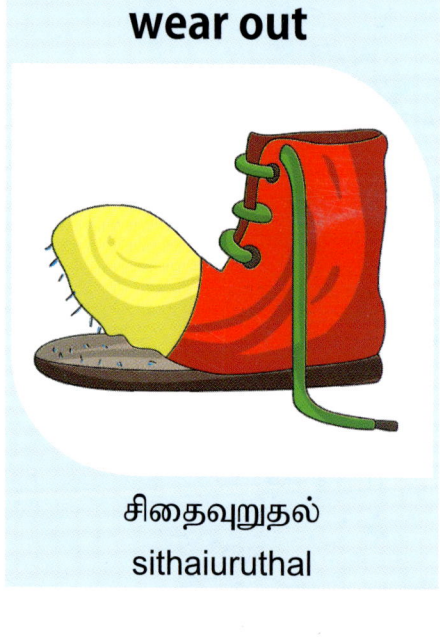 சிதைவுறுதல் sithaiuruthal	**weave**  நெசவு செய் nesavu sei
weed  களையெடு kaliyedu	**weep**  கண்ணீர்விடு kaneervidu	**weigh**  எடைபோடு edaipodu

welcome

வரவேற்பளி
varaverpali

wet

வியர்த்தல்   viyarthal

wheel

உருட்டு   uruttu

whip

அடித்துக்கலக்கு
adithukalakku

whisper

இரகசியம் பேசு
ragasiyam pesu

whistle

ஊது   uthu

win

வெற்றியடை
vetriyadai

wind

சாவிகொடு   savikodu

wink

கண்சிமிட்டு   kansimittu

wipe

துடை   thudai

wish

வேண்டுதல்   venduthal

wobble

தள்ளாடல்   thalladal

wonder

வியப்படைதல்
viyappadaithal

work

வேலைசெய்
velaisei

work out

உடற்பயிற்சி செய்
udarpayirchi sei

worry

வருத்தப்படுதல்
varuthappaduthal

wrap

சுற்றிக்கட்டு   sutrikattu

wrestle

மல்யுத்தம் செய்
malyuthamsei

wriggle

நெளிந்து செல்லல்
nelinthu selal

wring

முறுக்கிப்பிழி murukkipili

write

எழுது eluthu

Xx

xerox

நகலெடு nagaledu

x-ray

ஊடுகதிர் எடு
udukathir edu

Yy

yank

வெடுக்கென்று இழு
vedukentru elu

yap

குரைத்தல் kuraithal

yawn

கொட்டாவி விடல்
kottavi vidal

yearn

ஏங்குதல்   yenguthal

yell

கத்து   kathu

yelp

வலியுடன் குரைத்தல்
valiyudan kuraithal

yield

விளைய வைத்தல்
vilaiya vaithal

yodel

ஒலியிழுத்துப்பாடு
oliyiluthuppadu

Zz

zigzag

வளைந்து செல்
valainthu sel

zoom

விரைவாக ஓட்டு
viraivaga ottu

92